9 నుండి 1 వరకు

రచన మరియు బొమ్మలు

నివేదితా సుబ్రమణ్యామ్

D1652028

Tulika

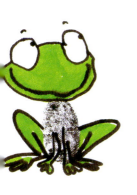

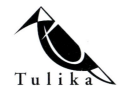

9 Nundi 1 Varaku (Telugu)

ISBN 978-81-8146-511-5
© Tulika Publishers
© Series concept and design Radhika Menon
First published in India 2009
Reprinted in 2016

Originally in English
Telugu by Vani Mohan

All rights reserved. No part of this book may be reproduced or used in any form or by any means — graphic, electronic or mechanical — without the prior written permission of the publisher.

Published by
Tulika Publishers, 24/1 Ganapathy Colony Third Street, Teynampet, Chennai 600 018, India
email tulikabooks@vsnl.com   *website* www.tulikabooks.com

Printed and bound by
Lokavani Southern Printers Pvt. Ltd, 122 Greams Road, Chennai 600 006, India

9 కీచురాళ్ళు రొద చేస్తున్నాయ్

8 చీమలు ప్రాకుతున్నాయ్

7 పిచ్చుకలు పాడుతున్నాయ్

6 సాలీళ్లు ఎక్కుతున్నాయ్

5 చేపలు ఎగురుతున్నాయ్

4 కప్పలు నవ్వుతున్నాయ్

3 పువ్వులు నిద్ర పోతున్నాయ్

2 ఆవులు నెమరు వేస్తున్నాయ్

1 పిల్లి మ్యావ్ అంటోంది

9 కీచురాళ్లు

 8 చీమలు

 7 పిచ్చుకలు

 6 సాలీళ్లు

 5 చేపలు

 4 కప్పలు

 3 పువ్వులు

 2 ఆవులు

 1 పిల్లి

...ఇవన్నీ తం తం తంబి తో కలసి వాన కోసం ఎదురు చూస్తున్నాయ్!

ఇప్పుడు కథ అయిపోయింది. బొమ్మలు గీద్దాం.

ఇది తం తం తంబి గొడుగుతో వున్న బొమ్మ.

నీ బొటనవేలి ముద్ర ఈ పేజి మీద వేసి, బొమ్మ గీయ్.

ఇది నేనూ, నా గొడుగూ.

నేను ఈ పుస్తకం చదవగలను!

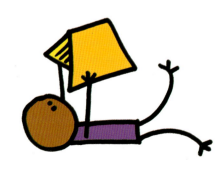